AF659002

പെണ്ണെഴുതുമ്പോൾ

Bodhi Books
Pathiyoor P.O., Kayamkulam
Alappuzha - 690508, Kerala, India
E-mail: bodhibooks03@gmail.com
Tel: +91 9447304886
UDYAM-KL-01-0028313

PENNEZHUTHUMBOL
by **Raji Prasad**
Poems / Malayalam

First Published: November, 2023

Typesetting: Bodhi Books
Cover & Book Design:
Chembarathi Creatives, Kottayam

ISBN: 978-81-959647-1-0

Price **Rs. 160**
Production No. B-B-163-1-50-11-23

Printed and bound in India by
Repro Mumbai

പെണ്ണെഴുതുമ്പോൾ

കവിതകൾ

രാജി പ്രസാദ്

ബോധി ബുക്സ്
കായംകുളം - 690 508

രാജി പ്രസാദ്

ഇടുക്കി ജില്ലയിലെ കല്ലാർ പട്ടം കോളനിയിൽ ജനനം. മാതാപിതാക്കൾ: കെ. വേലു, സരസ്വതി.

കല്ലാർ ഗവ.സ്കൂൾ, ആലപ്പുഴ എസ്സ്.ഡി.വി സ്കൂൾ, സെന്റ് ജോസഫ്സ് കോളേജ്, എസ്സ്.ഡി കോളേജ് എന്നിവിടങ്ങളിയായി പഠനം. ആകാശവാണിയ്ക്കു വേണ്ടി ഇരുപതു ലളിതഗാനങ്ങൾ രചിച്ചു. ആനുകാലികങ്ങളിൽ എഴുതുന്നു. കുടുംബത്തോടൊപ്പം ആലപ്പുഴയിൽ സ്ഥിരതാമസം.

പുസ്തകം: നാൽപ്പതാം നമ്പർ ഒരോർമ്മപ്പെയ്ത്ത് (2021)

പുരസ്കാരങ്ങൾ: വിജയവാസുദേവ പുരസ്കാരം (2021, ബാലസാഹിത്യം), ഗാർഗി മാധ്യമക്കൂട്ടായ്മയുടെ മാധവിക്കുട്ടി ചെറുകഥാ പുരസ്കാരം (2023, ചെറുകഥ).

ഭർത്താവ്: പി. പ്രസാദ്. മക്കൾ: ഗോപിക, ഹരിശങ്കർ

മരുമകൻ: വിശാൽ. പേരക്കുട്ടി: അവ്നീത്

വിലാസം: കറുകപ്പറമ്പിൽ, പഴവീട്, ആലപ്പുഴ

ഇ-വിലാസം: rajiprasad1965@gmail.com

പ്രസാധകക്കുറിപ്പ്

ആഖ്യാനത്തിലും വ്യാഖ്യാനത്തിലും വിവിധ അടരുകളുള്ള നാല്പത്തിയെട്ട് കവിതകളാണ് പെണ്ണെഴുതുമ്പോൾ എന്ന ഈ സമാഹാരത്തിലുള്ളത്. രാജി പ്രസാദാണ് രചയിതാവ്. പെൺപക്ഷ വീക്ഷണമാണ് കവിതകളുടെ പൊതുസ്വഭാവമെങ്കിലും കടുത്ത പുരുഷവിരോധത്തോളം പോരുന്ന 'സോകാൾഡ്' ഫെമിനിസത്തെ കവി പിന്തുടരുന്നില്ല. പെണ്ണ്, മണ്ണ്, വിണ്ണ്, പ്രകൃതി, പരിസ്ഥിതി തുടങ്ങിയ ദുർബലവിഭാഗങ്ങളുടെ പക്ഷത്തുനിന്നാണ് കവി ലോകത്തെ നോക്കിക്കാണുന്നത്. അതാണ് ഈ കവിതകൾ പൊതുവേ പങ്കിടുന്ന രാഷ്ട്രീയവും. ഒറ്റപ്പെട്ടതെങ്കിലും വേറിട്ട സ്വരം കേൾപ്പിക്കാൻ കവിയ്ക്കു കഴിയുന്നു. അഭിമാനത്തോടെ ബോധി ബുക്സ് പുസ്തകം കൈരളിക്കു സമർപ്പിക്കുന്നു.

മുഖമൊഴി

ഒരു പക്ഷേ, അക്ഷരം കൂട്ടിവായിക്കാൻ പഠിച്ച കാലം മുതൽ തന്നെ ഞാൻ ഭാവനയുടെ ലോകത്തായിരുന്നു എന്നു പറയാം. യാഥാർത്ഥ്യങ്ങളേക്കാൾ മോഹിപ്പിച്ചിരുന്നു ഭാവാനാലോകം. എന്റേതു മാത്രമായിരുന്ന, ആ ചെറിയലോകത്തെ സഞ്ചാരങ്ങൾ..

പ്രകൃതി സൗന്ദര്യത്താൽ ഭ്രമിപ്പിക്കുന്ന ഒരു ദേശം (ഇടുക്കി) ജന്മ നാടായി കിട്ടി എന്നത് എന്നിലെ എഴുത്തുകാരിയെ കുറച്ചൊന്നുമ ല്ല സ്വാധീനിച്ചത്. മലയാളം അധ്യാപകനായിരുന്ന അച്ഛൻ സ്കൂൾ ലൈബ്രറിയിൽ നിന്ന് എടുത്തു കൊണ്ടു വന്നിരുന്ന പുസ്തകങ്ങ ളിൽ നിന്ന്, വിഭിന്ന ദേശങ്ങളെയും, സംസ്കാരം കൊണ്ടും രൂപം കൊണ്ടും വ്യത്യസ്ഥരായ മനുഷ്യരെയും കുറിച്ച് കുട്ടിക്കാലത്തു തന്നെ അറിയാൻ കഴിഞ്ഞു എന്നതും എഴുത്തിലേക്കുള്ള വഴി തുറക്കാൻ സഹായിച്ചുവെന്ന് ഞാൻ വിശ്വസിക്കുന്നു.

എന്റെ മനസ്സിന്റെ സ്വാതന്ത്ര്യ പ്രഖ്യാപനമാണ് എന്റെ ഓരോ എഴുത്തും. സ്ത്രീ മാനസികമായെങ്കിലും സ്വതന്ത്ര ആകേണ്ടതു ണ്ട് എന്നു ഞാൻ ഉറച്ചു വിശ്വസിക്കുന്നു. ഉറച്ച ചിന്തകളും ചോദ്യം ചെയ്യുന്ന ഒരു തലച്ചോറും അവൾക്കുണ്ടാവണം.

ഒന്നുമെഴുതാതെ കടന്നു പോയ ഏറെക്കാലങ്ങൾ! അപ്പോഴും എന്റെ ഉള്ളിലെ എഴുത്തുകാരി എന്തൊക്കെയോ മനസ്സിൽ സ്വ രുക്കൂട്ടിവെച്ചു. സജീവമാകാൻ കഴിഞ്ഞത് വളരെ വൈകിയാണ് എന്നത് നോവുണ്ടാക്കുന്നുണ്ട്.

ഒന്നുമെഴുതാത്തതിൽ നിന്ന് എത്രയോ സന്തോഷകരമാണ് വൈകിയെങ്കിലും എഴുത്തിൽ സജീവമായത് എന്ന വസ്തുത ഏറെ സന്തോഷിപ്പിക്കുന്നു.

'അവൾ പടിയിറങ്ങുമ്പോൾ', എന്ന കവിത ഉള്ളു തൊടുന്ന

നോവാണ്. 'പെണ്ണെഴുതുമ്പോൾ' എന്ന രചനപോലെ ഹൃദയത്തിൽ നിന്ന് വാർന്നു വീണ അക്ഷരക്കൂട്ടുകൾ...

എന്റെ കവിതകളെക്കുറിച്ച് വിലയിരുത്തേണ്ടത് വായനക്കാരാണ്. നിങ്ങളുടെ മുൻപിലേയ്ക്ക് സവിനയം ഞാൻ ഈ പുസ്തകം സമർപ്പിക്കുന്നു.

വിനയത്തോടെ

രാജി പ്രസാദ്

അവൾ പടിയിറങ്ങുമ്പോൾ

അവൾ കടന്നുപോയ
അറവാതിലിലെ ഓടാമ്പൽ,
ഒരു ഞരക്കത്തോടെ
ഇളകിയടർന്നു.

കത്തെഴുതി ഒളിപ്പിച്ചുവെച്ച മേശവലിപ്പ്
അവളുടെ വിരൽത്തുമ്പിന്റെ
നൈർമ്മല്യത്തെത്തിരഞ്ഞു
മുഖം ചേർത്തുറങ്ങിയ തലയിണയിൽ
തലേന്നു കണ്ട സ്വപ്നരേണുക്കൾ
അവളുടെ മുടിയിഴകളെത്തേടി

ആരോ നനച്ചിട്ടും
വാടിപ്പോയ രാജമല്ലി
ഇനി പൂക്കുകയില്ലെന്നാണയിട്ടു
അവളുടെ ജാലകത്തിന്നരികിലേയ്ക്കു
കുതിച്ചോടി വന്നകാറ്റ്, അവളെക്കാണാഞ്ഞ്
മുളങ്കൂട്ടത്തിന്റെ മറവിലൊളിച്ചു

ഒപ്പം പോകാനാവാത്ത
ഇളംപച്ച ദുപ്പട്ട
അലമാരയിലെ ഇരുണ്ട മൂലയിൽ
ചേക്കേറി
വൃദ്ധദമ്പതികൾ തങ്ങളെപ്പഴിച്ച്
കാലം കഴിക്കാമെന്നുറച്ചു
അവൾ പൂവായിരുന്നുവെന്നും

അല്ല, പൂക്കാലമായിരുന്നെന്നും
ഒരു ഋതുഭേദത്തിന്റെ ഇരകളാണ് തങ്ങളെന്നും
അവർ പുലമ്പി ക്കൊണ്ടേയിരുന്നു

പെണ്ണിറങ്ങിയ വീട് വീടല്ലെന്നും
അവിടം
ശ്മശാനത്തിന്റെ ശാന്തതകൊണ്ട്
നിറംകെട്ട ഇടമാകുമെന്നും
ആത്മഗതം ചെയ്തു,
അവളേറെ സ്നേഹിച്ച
ഒറ്റ നക്ഷത്രം
ആ ജനാലയിലേക്ക്
നോക്കിയതേയില്ല

ആരുമറിഞ്ഞിരുന്നില്ലത്രേ
അവളാ വീടിന്റെ
സ്പന്ദനമായിരുന്നെന്ന്
മയ്യെഴുതിയ കണ്ണിന്റെ കാഴ്ചയായിരുന്നെന്ന്
ഈണം വഴിയുന്ന
കവിതയായിരുന്നെന്ന്
ചിരിയും
കലമ്പലുമായിരുന്നെന്ന്..

അവളില്ലാതെയാകുമ്പോഴാണ്
ഒരു പെണ്ണിടത്തിന്റെ
ശൂന്യത പെരുകിപ്പെരുകി
ഒരു വീടുരുകിത്തീരുന്നതെന്ന്..

നോവ്

ഒരിക്കൽച്ചൂടി ആരോ വലിച്ചെറിഞ്ഞ
പൂവുപോൽ ഒരുവൾ
ചിലപ്പോഴെങ്കിലും
മഴക്കാറു പോലെന്റെ
ഹൃദയത്തെ കറുപ്പിക്കാറുണ്ട്

അരം വെച്ച വാക്കുകൾ
കൊണ്ടു മുറിഞ്ഞ മനസ്സ്
ചിലപ്പോഴൊക്കെ എന്റെ മുന്നിൽ
തുറന്നു വെയ്ക്കാറുണ്ട്

പതം വരുത്തിയ വാക്കുകളാൽ
അവളുടെ മുറിവുകളിൽ
തൈലം പുരട്ടണമെന്നു
തോന്നുമ്പോഴും
മൗനത്തിന്റെ കനത്ത പുറന്തോടി-
നുള്ളിൽ
ഞാനൊളിച്ചിരിക്കുകയാണ്
പതിവ്

എല്ലാം കേട്ടുവെന്നും
എല്ലാമറിഞ്ഞുവെന്നും
ഭാവിക്കുമ്പോഴും
അവളെന്ന സമുദ്രം
ആഴപ്പരപ്പുള്ള ഒരു
വിസ്മയമാകാറുണ്ടെനിക്ക്

വാനത്തോട് പിണങ്ങി-
പ്പറന്ന ഒരു മേഘപാളി
നിന്നു പെയ്യാൻ, തുളുമ്പി
തലയ്ക്കു മീതെ നിൽക്കുന്നു
വെന്നൊരസ്വസ്ഥതയിൽ..
മൗനത്താൽ വിട ചൊല്ലി
തിരിഞ്ഞു നടക്കുമ്പോൾ
ഞാനറിയുന്നുണ്ട്,
നിറഞ്ഞ രണ്ടു കണ്ണുകളും
തമസ്സിലാണ്ട ഒരു മനസ്സും
എന്നെ പിൻതുടരുന്നുണ്ടെന്ന്..

പെണ്ണെഴുതുമ്പോൾ

ചോറുകലം വല്ലാതെ കലഹിക്കും
രുചിയല്പം കുറഞ്ഞ കൂട്ടാൻ
ഊണു മേശയിൽ സത്യഗ്രഹമിരിക്കും..

പെണ്ണെഴുതുമ്പോൾ
ചായക്കോപ്പകൾ ചിന്നിച്ചിതറും
നാലുമണിപ്പലഹാരങ്ങൾ
പിറുപിറുക്കും
പഞ്ചസാരത്തരികൾ
ഉറുമ്പുകളെത്തിരയും

പെണ്ണെഴുതുമ്പോൾ
നനച്ചുണങ്ങാനിട്ട തുണികൾ
കാറ്റിൽ പാറിയകലും
തറയിലെ പൊടി, ചിത്രങ്ങളാവും
ചിരിയകന്ന ചുണ്ടുകൾ
വലിഞ്ഞു മുറുകും.
അവളിൽ പതിയുന്ന കണ്ണുകൾ
കോപക്കനൽക്കട്ടകളാവും

പെണ്ണെഴുതുമ്പോൾ
അവളിൽ വിരിയുന്ന സ്വപ്നത്തിന്റെ
നറുമണം
അവളെ ഉന്മാദിനിയാക്കും
അവളുടെ ആത്മാവ് കുതിച്ചുയർന്ന്
മേഘങ്ങളോടു സല്ലപിക്കും.

അവളുടെ നിശ്വാസം
അവളിൽ ചുറ്റിപ്പടർന്ന്
ഒരു മഴയൊരുക്കം തുടങ്ങും.

പെണ്ണെഴുതുമ്പോൾ
അദൃശ്യമായ ചിറകുകളാൽ
ഉയർന്നു പറക്കും
ആത്മവിശ്വാസത്തിന്റെ
ഞാണൊലിയിൽ
അവളയച്ച അക്ഷര ബാണങ്ങൾ
ലക്ഷ്യത്തിലേയ്ക്കു കുതിക്കും..

ഓർമ്മകളിൽ പൂത്തുലയുന്നത്

ഉപേക്ഷിച്ചു പോയ വഴികളിൾ
ഉറഞ്ഞു നിൽക്കുന്ന കാറ്റ്

പുഴവക്കത്തെ പൂമരത്തിന്റെ
മർമ്മരങ്ങൾ

ഏറ്റെത്തിരയുമ്പോൾ മാത്രം
കണ്ടെടുക്കപ്പെടുന്ന ഒരു കുറിമാനം

മറ്റാരും കാണാതെ നീ എന്നെ
അണിയിച്ച കുപ്പിവളകൾ

ഒരു വാക്കിലോ വരിയിലോ ഒളിച്ചുവെച്ച
ഒരിക്കലുംമരിക്കാത്ത എന്തോ ഒന്ന്

കടം കൊണ്ട സ്വപ്നങ്ങളുടെ
തിരുശേഷിപ്പുകൾ

കിതച്ചു നീന്തിയ കടൽ
മലമുടിയെ ചുംബിക്കുന്ന
മേഘമാല
ശീതക്കാറ്റിന്റെ ഇരമ്പൽ
നഷ്ടപ്പെട്ടതിന്റെ സൗന്ദര്യം
അതാണ് പ്രണയം..

ഓർമ്മകളിൽ പൂത്തുലയുന്നത്..

അവളെഴുത്ത്

തിരുത്താനാവാത്ത വിധം
വേരാഴ്ന്ന വാക്കുകളാൽ
അവൾ,
സ്വജീവിതത്തെ കുറിച്ചു വെച്ചു.

ആർദ്രവും മാന്യവുമായ
പല പുഞ്ചിരികൾക്കുമുള്ളിൽ
ഒളിച്ചു വെച്ച ദംഷ്ട്രകളുടെ
ചോര പുരണ്ട തിളക്കങ്ങളെ
അവൾ ചുവന്ന മഷി കൊണ്ട്
അടയാളപ്പെടുത്തി.

തടാകങ്ങൾ പോലെ ശാന്തമായ
നയനങ്ങൾക്കുള്ളിലെ
അഗാധമായ ചുഴികളിൽ
ചിലരൊളിപ്പിച്ച മുതലകളും
പിരാനകളും
താളുകൾ മുറിച്ച് വെളിയിൽ വന്നു.

അവളെഴുതിയ നീതിവാക്യങ്ങളുടെ
വാൾമുനയേൽക്കാതിരിക്കാൻ
ഏതു കന്യാവനത്തിലാണ്
ഒളിയിടമൊരുക്കേണ്ടതെന്നറിയാതെ
മാന്യൻമാർ ചിതറിയോടി.

താളുകളിലെ സർപ്പദംശനം ഭയന്ന്
ചിലരത് മേശയ്ക്കുള്ളിൽ തിരുകി വെച്ചു.
തുറന്നു വെച്ചവർ ഉള്ളിലെ
മേഘഗർജ്ജനങ്ങളാൽ നടുങ്ങി.
ഒരഗ്നി മഴ പെയ്യുമെന്നും
ചുടുകാറ്റിൽ എല്ലാം ചാമ്പലാകുമെന്നും
ഭയന്നു.

തിരുത്തി എഴുതണമെന്ന്
ആരോ പറഞ്ഞപ്പോൾ
അവൾ പൊട്ടിച്ചിരിച്ചുവെന്ന്.
ആ ചിരി ആണത്രേ സുനാമിയായത്.

മരണ ദൂതൻ

ഒരു കാറ്റ് മലയിറങ്ങിയും
കുന്നു കയറിയും
പുഴ കടന്നും വയൽ മുറിച്ചും
കടന്നുവരുമ്പോഴൊക്കെ
പൂമുഖത്തേയ്ക്കാളുകൾ
ചെവി കൂർപ്പിക്കും

അയാളുടെ പതിഞ്ഞ ശബ്ദത്തിന്റെ
അവ്യക്തതയിൽ അസ്വസ്ഥരാകും.

വല്ലാത്തൊരു മൗനം ഘനീഭവിച്ച്
ഇടനാഴിയും തളവും നിറയും

ചാരുകസേരക്കരികിലെ
ഒച്ചതാണവർത്തമാനത്തിനായ്
തൂണിന്റെ പിന്നിൽ നിന്നും
വാതിൽ മറവിൽ നിന്നും
ചെവികൾ നീണ്ടു ചെല്ലും

ആഴത്തിലുള്ളൊരു നിശ്വാസമോ
ഒരു തേങ്ങലോ
അവിശ്വസനീയതയുടെ പൊള്ളലോ
ഏൽപ്പിച്ചയാൾ പടിയിറങ്ങുമ്പോഴേയ്ക്കും
ഉള്ളിലൊരു ചിത കത്തി പടരാൻ
തുടങ്ങും

കാറ്റെന്ന് വിളിപ്പേരുള്ളയാൾ
മൃതരുടെ മാത്രം ദൂതൻ
ഉപചാരങ്ങൾ സ്വീകരിച്ചില്ല

കഞ്ഞിപ്പശയുടെ ഗന്ധമുള്ള
നീലിച്ചമുണ്ട് മാടിക്കുത്തി
കാറ്റ്, വേണ്ടോരുടെ
മറ്റൊരു വീട്ടിലേയ്ക്ക്
പാറിപ്പറക്കുമ്പോൾ
ബാലകുതൂഹലം പൂണ്ട്
ജനാല പടിയിൽ കയറി
അയാൾ പോകുന്ന വഴിയിലെ
വൃക്ഷത്തലപ്പുകൾ ചുഴറ്റി
ആടുന്നതു ഞാൻ കണ്ടെത്തും.
പിന്നെ പതിഞ്ഞ ശബ്ദത്തിൽ
സ്വയം ചോദിക്കും..

ഒരു കാറ്റിന് മറ്റെന്താണു
ചെയ്യുവാനാവുക..?

അപ്പോഴേയ്ക്കും ആ കാറ്റ്
ഒരു കരിയിലയിലൊളിച്ച്
മറ്റൊരു വീട്ടിന്റെ ഉമ്മറത്ത്
എത്തിയിട്ടുണ്ടാവും..

പെൺദിനം

ചില നീർച്ചാലുകൾ പൊട്ടിയൊഴുകി
ഹൃദയത്തിലൂടെ ഒഴുകുന്ന പുഴയാകും.
അപ്പോൾ മിടിക്കാൻ മറന്ന് ഹൃദയം
ഒരു നിമിഷം കുഴങ്ങും.
ആത്മവേദന പോലെ ,നെഞ്ചിൽ
പിറവിയെടുക്കുകയും
ഒടുങ്ങുകയും ചെയ്യുന്ന എന്തോ ഒന്ന്
ശ്വാസത്തെ അമർത്തിപ്പിടിക്കും;
ആത്മാവ് ഒന്നു പിടയും
പിന്നെ നെഞ്ചിനകത്തെ
ചെറുകാറ്റിലേയ്ക്ക്
ഉലയൂതി തീക്കണികകളെ
പറത്തി വിടും.
അവൾ വീണ്ടും
പതിവുകളിലേക്ക്,
ശീലങ്ങളിലേക്ക്
എന്നതിനപ്പുറം
ഒടുങ്ങാത്ത വീട്ടുപണികളുടെ
തിരകളിലേക്ക് നനഞ്ഞിറങ്ങും..

ചില നേരത്ത്

ഇടമുറിയാതെ പെയ്യുന്ന
മഴയിൽ ഘനീഭവിച്ച
ഒരു തുള്ളി..

ഒരു കാറ്റിൽ
പറന്നകലുന്ന
കരിയിലകളിൽ
ഒറ്റയാവുന്ന നൊമ്പരം

ചിരിക്കപ്പുറം ഒളിച്ചിരിക്കുന്ന
കണ്ണീരിന്റെ കാണാക്കയം

ഓർമ്മകളിൽ നിന്നു
മാഞ്ഞു പോയ ഒരു ബിന്ദു

കാണെക്കാണെ
കാണാതാവുന്ന
സ്നേഹവലയങ്ങൾ

ഒരു പടുതിരിയിൽ
ഒന്നാളി അണയുന്ന
പ്രതീക്ഷ

തീരമണയാത്ത
വഞ്ചിക്കായുള്ള
കാത്തിരിപ്പ്

നിരർത്ഥകമായ ചില
സ്വപ്ന ദർശനങ്ങൾ ...

ഒക്കെയും,

വിഹ്വലമായ മനസ്സിന്റെ
നിരർത്ഥക പ്രയാണങ്ങൾ.

വീടകങ്ങൾ

സ്വപ്നത്തിലെ രൂപരേഖയ്ക്ക്
ജീവൻ വച്ചപ്പോൾ
അതൊരു വീടായി.

ആദ്യം, നിറയെ
വെളിച്ചമുണ്ടായിരുന്നു.

കാറ്റു കടന്നു പോവാൻ
വാതായനങ്ങളും
വിഹായസ്സിലേയ്ക്കുള്ള
തുറവികളും

സ്നേഹിക്കാനും
സ്നേഹിക്കപ്പെടാനും
നൂറിടങ്ങളും..

ചെറുമരങ്ങളിലെ
കോകില കൂജനവും

വളകിലുക്കങ്ങളും
തളയിട്ട കൊഞ്ചലും
ചിരികളും ചേർന്നു
കൊതിപ്പിക്കുന്നൊരിടം

പോകപ്പോകെ..
വെളിച്ചമില്ലെന്ന പരാതി
ജനാല തുറക്കാൻ

മറന്നു തുടങ്ങിയോ?

കാറ്റ് എവിടെയോ
കുടുങ്ങിക്കിടന്ന്
ശ്വാസം കിട്ടാതെ പിടഞ്ഞ്..

സ്നേഹവും പ്രണയവും
പാടേ മറന്ന്,

വളകളും തളകളും
കൊഞ്ചാൻ മറന്ന്
സ്വർഗ്ഗമായിരുന്നു
എന്നടക്കം പറഞ്ഞ്
നരകത്തിൻ
വാതിൽപ്പടിയിൽ
എത്തി നിൽക്കുന്നു..

തനിച്ചാകുന്നത്

നീ ഒറ്റമരമായതെങ്ങനെ?
കാറ്റു മരത്തോടു ചോദിച്ചു.
ഞാൻ ഒറ്റമരമായിരുന്നില്ല.
ഒരു പെൺമരം കൂടെയുണ്ടായിരുന്നു.

പിന്നെ?
അവൾ എന്റെ നീരും വളവും
ഊറ്റിയെടുക്കുമെന്ന്
ഒരാൾ എന്നോടു രഹസ്യം പറഞ്ഞു.

എന്നിട്ട്?

വരണ്ടുണങ്ങിയ വൃക്ഷമായ്
എന്റെ തായ് വേര് ദ്രവിച്ച്
ഒരു പാഴ്മരമായ്
മണ്ണിൽ വീണ് നശിക്കുമെന്ന്
അയാൾ പലകുറി പറഞ്ഞു..

ഒടുവിൽ ?

ഞാനെന്റെ പെൺമരത്തെ
വെറുത്തു തുടങ്ങി.

അവളുടെ പുഷ്പഗന്ധം
പടർത്തുന്ന കാറ്റിനെപ്പോലും
ഞാൻ പകയോടെ നോക്കി.

അവളുടെ നാശം കാണാൻ
വല്ലാതെ മോഹിച്ചു തുടങ്ങി.

അവൾ?

അവൾ..
ഇലപ്പാർത്തു നിറഞ്ഞ
കരങ്ങളാലെന്നെ
മാടി വിളിച്ചു.
പുഷപങ്ങളിൽ മദഗന്ധം നിറച്ച്
തേനീച്ചകളെ ദൂതുമായ്
അയച്ചു.

എന്നിട്ടും നീ?

അവളെ ഞാൻ
വിശ്വസിച്ചതേയില്ല.
ഞാൻ കുടിക്കേണ്ട
നീർ കുടിക്കുന്നവൾ,

എന്റെ ഭക്ഷണം
കവർന്നെടുക്കുന്നവൾ..
എന്റെ മരണം
കാത്തിരിക്കുന്നവൾ
അവളെ ഞാനെങ്ങനെ
വിശ്വസിക്കും?

നീ എങ്ങനെ ഒറ്റമരമായി!

മരം വെട്ടുകാരന്റെ
മഴുവിൽ
പെൺ മരം പിടഞ്ഞു
വീഴുകയായിയായിരുന്നു.

നിന്റെ തിരിച്ചറിവ് ?

എന്റെ പെൺമരത്തിന്റെ
ഘാതകൻ
ഞാൻ തന്നെയെന്നു
തിരിച്ചറിയുന്നു.

ഇപ്പോൾ?
വൻ മഴ പെയ്യുന്ന
ഏകാന്ത രാവുകൾ
മിണ്ടിപ്പറയാത്ത
ശൂന്യമാം പകലുകൾ

ഗുണപാഠം?
മരം ഒരിക്കലും
മരം വെട്ടുകാരന്റെ
ചങ്ങാതിയാവരുതെന്ന്..

ഉത്തരമില്ലാത്തവ

നിലാവിന്,
ഇരുട്ടിനോടെന്തോ
ചോദിക്കാനുണ്ട്.
അതു തന്നെയാണ്
മഴ കാർമേഘത്തോടും
കാറ്റ്,
വൃക്ഷത്തലപ്പിനോടും
ചോദിച്ചത് ..

പുഴയുടെ ചോദ്യം
തോണിക്കാരനോടായിരുന്നു ...

കാലം ജീവിതത്തോടും
യൗവ്വനം വാർദ്ധക്യത്തോടും
അതേ ചോദ്യം ചോദിച്ചു.

പാത പഥികനോടും
കാക്കകൾ ബലിച്ചോറി
നോടും ഒരേ ഉത്തരത്തിന്റെ
ചോദ്യമെറിഞ്ഞു.

മനസ്സിന്റെ ചോദ്യങ്ങളെ
ഹൃദയം,
മൗനം കൊണ്ട് നിശബ്ദമാക്കി.

മഴത്തുമ്പികളും
ഈറൻ കാറ്റും
കടൽ ഗർജ്ജനങ്ങളും
ചോദ്യങ്ങൾ ആവർത്തിക്കുന്നുണ്ട്.

മൗനത്തിന്റെ
താഴിനാൽ
ബന്ധിക്കപ്പെട്ടിരിക്കുന്ന
ഉത്തരങ്ങൾ
നീണ്ട മയക്കത്തിലാണ്.
അവ ഉണർന്നാലും
ഉത്തരങ്ങൾ കിട്ടുമോ ...

ചോദ്യങ്ങൾ അവശേഷിക്കുന്നു.

സഹചാരി

ഞാൻ നിനക്കൊപ്പം
എവിടെയുമുണ്ടായിരുന്നു,
അരൂപിയായും അദൃശ്യയായും ,
നിന്റെവിരൽപ്പിടിച്ച് കൂടെനടന്നു
നിന്റെ തെറ്റുകളിലേക്കും
അപൂർവ്വമായ ശരികളിലേക്കും.

ഇടുങ്ങിയ വഴി അവസാനിക്കാത്ത,
ദുർഗന്ധം ഇതാണെന്നു
കാട്ടിത്തരുന്ന,ഗലിയിൽ
മുഖമില്ലാത്ത സ്ത്രീരൂപങ്ങളും
മാസ്സാക്ഷി നഷ്ടപ്പെട്ട
ആൺരൂപങ്ങൾക്കുമൊപ്പം
രാത്രി വെളുക്കോളം നീയും
നിന്റെയൊപ്പം അരൂപിയായ് ഞാനും..

ഒടുവിലെവിടെയോ
പൊട്ടിത്തകരുന്ന പാനപാത്രങ്ങളും
ആക്രോശങ്ങളും, രോദനവും
ഒടുവിലത്തെ ഞരക്കവും
രക്തഗന്ധവും...
നീ ഓടിത്തളർന്നുവീഴുവോളം,
അദൃശ്യയായ് ഞാനും..

ഒരിക്കലും അവസാനിക്കുകയില്ലെന്നു

വിശ്വസിച്ച വഴി തീർന്നടുത്ത്,
നിന്റെ തണുത്ത ദേഹവും
ഞാനും മാത്രം.

എന്നെ നിനക്കെന്തു പേരിട്ടും
വിളിക്കാം.
ആത്മാവെന്നെനിക്കേറെ ഇഷ്ടം.

സമാഗമം

കാത്തിരിപ്പിന്റെ പടിക്കെട്ടുകളുടെ
അവസാന ഇടത്തിലാണ്
നാം നിൽക്കുന്നത്.
വിരലുകൾ കൊരുത്ത്
എത്ര ദൂരം കൂടി
നടക്കാനാവും..

ചുളിവ് വീണു തുടങ്ങിയ,
മൃദുലത നഷ്ടമായിത്തുടങ്ങിയ
ജീവിതത്തിൽ, നമ്മൾ
വീണ്ടും കണ്ടുമുട്ടി
എന്നതു തന്നെ
കാലം കനിഞ്ഞു നൽകിയ
ഔദാര്യമാണല്ലോ..

വരൂ, ആ മരച്ചുവട്ടിലെ
ചാരുബെഞ്ചിൽ അടുത്തടുത്തിരുന്ന്
പറയാനുള്ളതെല്ലാം പങ്കുവെയ്ക്കാം.

അടുത്ത നിമിഷം
എന്റെ ഹൃദയത്തിന്റെ
പെൻഡുലം നിലച്ചാലും
നിന്റെ ഹൃദയത്തോട്
ഞാൻ ചേർന്നു തന്നെയിരിക്കും.

കടും ചുവപ്പുനിറമുള്ള
ഒരു പനിനീർപ്പൂവായി
പുനർജ്ജനിക്കാം,

അത് അല്പായുസ്സാണെന്ന്
അറിയാമെങ്കിലും..

അതു മതി...
അല്പായുസ്സും സൗരഭ്യവും...
മറ്റൊന്നിനും
നിന്നോടു പറയാനാവില്ല
എന്റെ
അനുരാഗ തീവ്രത..

പരോൾ

എന്നാണിറങ്ങിയത്?
എന്നു തിരിച്ചു പോം ?

വിളറിയ ചിരി കവർന്നു കൊണ്ട്
ഒരു കാറ്റു കടന്നുപോയി.

തലകുനിച്ച് നടക്കുമ്പോൾ
മറ്റാരുടേയും കണ്ണിൽ പെടില്ലെന്ന
വെറും തോന്നൽ...

ഉപചാരവാക്കുകൾ മറന്ന്
സ്വയം ശപിച്ച്
കുനിഞ്ഞ ശിരസ്സിന്റെ
അമിതഭാരം താങ്ങി...
അയാൾ നടന്നപ്പോൾ
ചുറ്റും പരിഹാസച്ചിരി.

ചായക്കട അന്നുമിന്നും
തൽസമയ വാർത്താ കേന്ദ്രം

തലതിരിച്ചു നോക്കിയോർ
വികലമായി ചിരിച്ചത്
അയാളുടെ തോന്നലാവാം
ചിലപ്പോൾ സത്യമാവാം:

പീഡനത്തിന് പരോളു കിട്ട്വോ?

അയാടെ ഒച്ച തൊണ്ടയിൽ
വലിഞ്ഞു നിന്നു

നിസ്സഹായത ചൂടെണ്ണയിൽ
പൊള്ളി മൊരിഞ്ഞു

തലയുയർത്താതെ
തിരിച്ചു നടക്കുമ്പോൾ
അയാൾ അഴികളെ
നന്നായി മോഹിച്ചു.

വീട്ടിലേയ്ക്കുള്ള
ചരിഞ്ഞ വഴി
അപരിചിതനെപ്പോലെ
തുറിച്ചു നോക്കി

അയാൾ പാടത്തെ നനവിൽ
കാലുറയ്ക്കാതെ നിന്നു
പിന്നെ കുന്നിൻ മുകളിലെ
ഒറ്റ മരത്തിന്റെ കൊമ്പു മാത്രം
ലക്ഷ്യം വെച്ച് നടന്നുകയറി.

അപ്പോഴും ശിരസ്സ് കുനിഞ്ഞു
തന്നെയായിരുന്നു.

മനക്കാഴ്ചകൾ

കാലത്തിന്റെ പകലിരവു
കണക്കുകളെ അവഗണിച്ച്
നിന്റെ ഗന്ധത്തെ
ഞാൻ ചേർത്തു നിർത്തും

ചെറുകാറ്റായ് കൂടെയുണ്ടാവും
നിന്റെ ചുടുനിശ്വാസങ്ങൾ.

കരിയിലകൾ മൂടിയ വഴിയിൽ
നമ്മുടെ കാൽപ്പാടുകൾ
പതിഞ്ഞു കിടപ്പുണ്ടാവുമോ...

താഴ്വാരങ്ങളിലെ മഞ്ഞുരുകിയ
വെളിച്ചം
അവിടെ ,നമ്മൾ സ്വന്തമാക്കിയ
കുറച്ചു നിമിഷങ്ങളുടെ
സൗന്ദര്യമാണെന്ന്
തിരിച്ചറിയും.

ഓരോ ഋതുവും
തുറന്നിട്ട ജാലകങ്ങൾ,
കിനാവിന്റെ വർണ്ണങ്ങളാവും !
അതോ കിനാവുകൾ
കറുപ്പ് വെളുപ്പ് മാത്രമാണോ
കാഴ്ചവയ്ക്കുന്നത്...

തേൻ നിറഞ്ഞ
പുഷ്പങ്ങളാവും, ഓർമ്മക-
ളൊക്കെയും തന്നെ.
ആ ഓർമ്മകളെ
പട്ടുനൂലിനാൽ
ഞാനെന്റെ ആത്മാവിനോടു
ചേർത്തു ബന്ധിക്കും.

ഒടുവിൽ പറഞ്ഞ സ്വകാര്യം
ഹൃദയമിടിപ്പു പോലെ
എന്റെ മാത്രം സ്വന്തമായിരിക്കും.
അതവിടെ പതിഞ്ഞു കിടക്കട്ടെ
ജീവശ്വാസത്തിന്റെ
ചെറുചൂടു പോലെ..

ഏകാന്തം

ഇടറി വീഴുന്നു ഇടയ്ക്കു
ഞാനൊറ്റ തിരിഞ്ഞ സന്ധ്യയിൽ
മഴ വഴുക്കലിൽ
പിടഞ്ഞെഴുന്നേറ്റ്
ഇടറും പാദത്തെ
വരുതിയിൽ നിർത്താൻ
പണിപ്പെടുന്നതും
ഇടയ്ക്ക് വീഴുമ്പോൾ
പതറുമെൻ മനം
പല കുറി വിങ്ങിക്കരഞ്ഞു
പോയതും
നനുത്ത ശബ്ദത്താൽ
കരൾച്ചില്ലയിൽ വന്നു
കുറുകിപ്പാടുന്ന കിളിയെ
കാത്തതും
ചെറു ശിഖരത്തിൻ
തണൽ നിറവിലും
ഇറയത്താടുന്ന ചുരയ്ക്കാ
ത്തൊണ്ടിലും
ഇടയ്ക്കു വന്നെന്തോ
പറഞ്ഞും പാടിയും
ഇരുണ്ട ലോകത്തെ
വെളിച്ചമായതും
തനിയെ അല്ലെന്നു
ചിറകടിച്ചതും

വരണ്ട ശാഖകൾ
തളിർത്തു വന്നതും..

അരുമ ശബ്ദത്തിൽ
കുറുകി നീയെന്റെ
അഴലിൻ കയ്പുനീർ
തുടച്ചെടുത്തതും
മിനുത്ത തൂവലാൽ
പൊതിഞ്ഞ സ്വപ്നങ്ങൾ !
നിറയെ വർണ്ണങ്ങൾ
കൊരുത്ത ചിറകുകൾ !
ഉദാത്തമായൊരു
കിനാവുപോലെന്നെ
തൊടാതെ ദൂരത്തു
മറഞ്ഞ രാത്രികൾ.

ഇവിടെ,യേകാന്ത -
ശൂന്യ നിമിഷത്തിൽ
പഴയതെന്തോയെൻ
ചെവി നിറയ്ക്കുന്നു;
പതിഞ്ഞ ശബ്ദത്തി-
ലൊഴുകി വീഴുന്നു
മറന്ന താരാട്ടിൻ
മൃദുല പല്ലവി..

മിഴിയടച്ചിടാം
മനമൊഴിച്ചിടാം
ഇമയനങ്ങാതെ
മഹാനിദ്ര പുൽകിടാം.

സീതച്ചിറ്റ

സീതച്ചിറ്റ ചുരുണ്ട മുടി
വെറുതെ ചുറ്റി കെട്ടാറേയുള്ളൂ..
ഇപ്പോൾ നീണ്ട തിരുപ്പൻ
പെട്ടിയിൽ നിന്നെടുത്ത് ഓമനിക്കുന്നു.

മഷി കണി കാണാത്ത വിരിഞ്ഞ കണ്ണിൽ
കരിയുടെ മേളപ്പദം..

സൗമ്യം, ശാന്തം എന്നു സദാ തിളങ്ങുന്ന
കണ്ണുകൾക്കന്ന് വന്യമായ തിളക്കം

ഉടുക്കുന്ന പരുക്കൻ പരുത്തി സാരി
ഉരിഞ്ഞെറിഞ്ഞാണ്
പൂപ്പൽ മണക്കുന്ന പഴയ ബനാറസി
കല്യാണസാരി ഞൊറിഞ്ഞു
കുത്തിയത്.

പൊട്ടിമുറിഞ്ഞിട്ടും പിൻവാങ്ങാതെ
കുപ്പിവള വർണ്ണാഭമാക്കിയ കൈത്തണ്ട
യിൽ നിന്ന് ചോര ഇറ്റുവീണു കൊണ്ടിരുന്നു

വരാന്തയിലേക്കിറങ്ങിനിന്ന്
നെറ്റി നിറയുന്ന
ചുവന്ന കുങ്കുമപ്പൊട്ടു വീണ്ടും വീണ്ടും
വൃത്തത്തിലാക്കിയപ്പോഴാണ്

മുത്തശ്ശൻ തലയിൽ കൈ വെച്ച്
ഏങ്ങലടിച്ചത്.

സീതച്ചിറ്റ താളപ്പിഴയുടെ ദ്രുതതാളത്തിൽ
കൈത്തണ്ടയിൽ ഒരു ബാഗ് തൂക്കി
മുട്ടോളം പിന്നി നീട്ടിയിട്ട മുടി ഉലച്ച്
മുറ്റം കടക്കും മുമ്പ്
മുത്തശ്ശൻ ആരോടെന്നില്ലാതെ
ഒച്ചവച്ചു ...
ആ ഗേറ്റു പൂട്ടിക്കോ
സീതയെ വിടരുതേ.. എന്ന്.

കൊടുങ്കാറ്റു പോലൊരു പെണ്ണൊരുത്തി.

ഉള്ളിലെ ചെറുകാറ്റുകൾ അടക്കി വെച്ച
ചുഴലികളാവുമ്പോൾ
ആരാണ് കൊടുങ്കാറ്റാവാത്തത്?

അതിന് മതിഭ്രമമെന്ന് പേരും.

ഓർമ്മപ്പെടുത്തൽ

നിന്റെ മൗനങ്ങളും

ചിലപ്പോൾ മാത്രമുള്ള
പ്രസരിപ്പും

സുഹൃത്തുക്കൾക്കിടയിലെ
സ്വയം മറക്കലും

യാത്രകളോടുള്ള
അടങ്ങാത്ത ദാഹവും ...

ഒരിക്കലും നടക്കാത്ത
ചില സ്വപ്നങ്ങളുടെ
പിന്നാലെയുള്ള
ഓട്ടപ്പാച്ചിലും

വല്ലപ്പോഴും , തിരിഞ്ഞു നിന്ന്
ഉറച്ച ഭാഷയിൽ പറയുന്ന
മറുപടികളും...

ചില ചോദ്യങ്ങളെ
അവഗണിക്കാനുള്ള
ത്വരയും

മൗനത്തിന്റെ
പരിചയിൽ തട്ടി
വാഗ്ശരങ്ങളുടെ
മുനയൊടിക്കലും

ഇതിനെല്ലാം ചേർത്ത്
നിനക്കു കിട്ടുന്ന
ഒരു പാരിതോഷികമുണ്ട്.

നീ പെണ്ണാണെന്നു മറക്കേണ്ട-
യെന്നഓർമ്മപ്പെടുത്തൽ.

അന്നൊക്കെ

അന്നൊക്കെ,
കഞ്ചാവു വലിക്കണ
രാമേട്ടനെ കണ്ടാൽ
വഴീന്ന് ഓടിമാറും

ചാരായം കുടിച്ച്
ആടി ആടി വരണ
കുര്യാക്കോയെ കണ്ടാലും
വല്ലാതെ
പേടിച്ചോടും.

ഇപ്പോ,
ഏഴാം ക്ലാസിലെ
എട്ടു കുഞ്ഞുങ്ങൾ,
എട്ടിലേം ഒമ്പതിലേം
പതിന്നാലു പേർ;

പത്താം ക്ലാസിലെ
കണക്കു കിട്ടീല്ല..

അന്നു രാമേട്ടൻ
കഞ്ചാവു വലിച്ചെങ്കിലും
ആരേം കൊന്നിട്ടില്ല.
ഒരു പെണ്ണിനേം
പിടിക്കാൻ ചെന്നിട്ടില്ല.

ഇപ്പോ
ഈ കുരുന്നു
പിള്ളേര്

ഗുളിക!
പൊടി!
സ്റ്റാമ്പ്!!

കേട്ടിട്ടില്ലാത്ത
പലതുമായി ..
ബോധമില്ലാതെ
തിരിച്ചറിവില്ലാതെ
വീണ്ടും വീണ്ടും
ഇടറി വീഴുമ്പോൾ ,

അറിയാതെ
പറഞ്ഞു പോവ്വാണ്;
രാമേട്ടനും
കുര്യാക്കോയും
ശരിയല്ലായിരുന്നെങ്കിലും
വിചാരിച്ചത്ര
തെറ്റുകളല്ലായിരുന്നെന്ന് .

കൂട്ടുകുടുംബ വ്യഥകൾ

എനിക്കൊന്നു വീട്ടിൽപ്പോണം
അവൾ അയാളോടു പറഞ്ഞു.
എനിക്കു കുഴപ്പമില്ല;
അകത്ത് ചോദിച്ചോ?
ആരോട്?
അറിയില്ലേ?
അവൾ വിരൽ മടക്കി എണ്ണി.
ഇനി നാലാളോട് അനുവാദം
വാങ്ങണം,
പോകാനുള്ള കാരണം
ബോധിപ്പിക്കണം,
അവരുടെ മുഖത്തെ
ഈർഷ്യ കാണണം ,
തിരിച്ചെത്തുന്ന സമയം
പറയണം..

ഒന്നു പൊട്ടിത്തെറിക്കാൻ
മനസ്സു വെമ്പി.
പകരം
ഉള്ളിൽ കരഞ്ഞവൾ
മോഹമടക്കി.

അലക്കുകല്ലിന്റെ അരികിൽ
ചൂടുവെള്ളത്തിൽ
മുങ്ങിച്ചത്തുകിടക്കുന്ന

തുണിക്കൂമ്പാരവും
ഒരിക്കലും തീരാത്ത
പാത്രം കഴുകലും
തൂപ്പും തുടപ്പും
ശകാരപ്പെരുമഴയും
അവളുടെ ഉള്ളുപൊള്ളിച്ച
ആ നാളുകളിൽ
തന്നോടു തന്നെ
കലഹിച്ചും
പരിഭവിച്ചും സ്വയം ശപിച്ചും
നേരം വെളുക്കരുതെന്നു
പ്രാർത്ഥിച്ചും

സുഷുപ്തിയുടെ
ആശ്വാസത്തിലേയ്ക്കവൾ
അമർന്നു കിടന്നു.

പകരക്കാരി

ഒരു പഴയ വീട്ടുപടിക്കൽ
വണ്ടി നിർത്തി.
അവളെപ്പോലെ തന്നെ
അലങ്കാരമില്ലാത്തൊരു
വീടായിരുന്നു അത്.

അവിടേയും ഇവിടേയുമായി
ഇരുന്ന അഞ്ചാറാളുകൾ
തീരെ ഉത്കണ്ഠ ഇല്ലാതെ
അവളെ ഉഴിഞ്ഞു നോക്കി.

അവളുടെ മുഖത്ത് ചായങ്ങളുടെ
ചമയങ്ങളില്ലെന്നും
കഴുത്തിലും കൈയ്യിലും
പൊൻ തിളക്കം കുറവാണെന്നും
കണ്ടു ബോധ്യപ്പെട്ടു.

നീല തറപ്പാള പന്തലിനടിയിൽ
കത്തു വിഷയവും
ഗവർണ്ണറും ആളി കത്തിച്ച്
അമ്മാവൻമാരും അളിയൻമാരും
റഷ്യയും ഉക്രൈയിനും കളിച്ചു.

അവർക്കിടയിലൂടെ അയാളുടെ
നിഴൽ പറ്റി അവൾ കടന്നു പോയത്

ആരുമറിഞ്ഞില്ല.

ചിരി മറന്നപെൺ മുഖങ്ങളും
വിളക്കു നീട്ടിയ വല്യമ്മയുടെ
ചുണ്ടിന്റെകോടലും
അവളുടെ ചെറിയ
പ്രതീക്ഷകൾക്കടിയിൽ
വരച്ച ചുവന്ന വരകളായി.
ഒന്നും കണ്ടില്ലാന്നും
ഒന്നും കേട്ടില്ലാന്നും നടിക്കാൻ
അവളൊരു നാടകത്തിലും
അഭിനയിച്ചിരുന്നില്ല.

കഷണ്ടിയും കാർക്കശ്യവും
ആവശ്യത്തിലേറെയുള്ള
ഒരുവൻ..
ഒന്നും ചോദിക്കാതെ
കൈപിടിച്ചിറക്കാൻ തുനിഞ്ഞിട്ടും
അഹങ്കാരിയുടെ മുഖം തെളിയുന്നില്ലെന്നും
ഭാഗ്യം തെളിഞ്ഞുവെന്നും..
അച്ഛൻ പെങ്ങൾ
മുനവെച്ചു പറയുന്നത്
പാടേ അവൾ അവിശ്വസിച്ചെങ്കിലും,

അവളുടെ മനസ്സൊരു വിടുതൽ മോഹിച്ചു.
അവളുടെ ഉള്ളിൽ ഒരു വേനലെരിയുകയും
ഒരു മഴ ഇടമുറിയാതെ പെയ്യുകയും
ചെയ്തു.

മൂത്തവൾക്ക് ഇളയമ്മയെ
ഇഷ്ടമായില്ലെന്നും
രണ്ടാമന് ഊണിന് മീങ്കറി നിർബന്ധമെന്നും
ഏതോ അമ്മായി അവളോടല്ലാത്ത മാതിരി
അവളാടു പറയുമ്പോൾ
മൂന്നാമത്തെ ചെക്കൻ

അവൾ വന്നതറിയാതെ ഫോണിൽ
തല പൂഴ്ത്തിയ ഒട്ടകപ്പക്ഷിയായി.

അന്നു രാത്രിയിൽ
അവൾ നിസ്സംഗതയുടെ
മുഖം മൂടി എടുത്തണിഞ്ഞതാണ്.
ഇനി ഒരിക്കലും ഊരിമാറ്റാനാവാത്ത വിധം
അതവളിൽ ചേർന്നു പോയി.

അല്ലെങ്കിലും ഒരു യന്ത്രത്തിന്
ചിരിയും കണ്ണീരും കോപവും
വരില്ലെന്നും, വന്നാൽത്തന്നെ
പുറത്തു കാട്ടരുതെന്നും
അവൾ നേരത്തേ
അറിഞ്ഞു വെച്ചിരുന്നു.

ചില അറിയായ്കകൾ

നീയെന്തിനാണ്
എന്റെ മനസ്സിന്റെ
കൽക്കെട്ടുകൾ കടന്ന്
വേണ്ടുവോളം
ശാന്തത തുളുമ്പിയ
ചെറു തടാകത്തിലേക്ക്
ഒരു കല്ലെറ്റിച്ച്
കടന്നു പോയത്..

ആരുമറിയാതെ
വിഹായസ്സിലേയ്ക്ക്
ഞാനുയർത്തി വിട്ട
പട്ടത്തിന്റെ ചരട്
നീയെന്തിനാണ്
അറുത്തു കളഞ്ഞത് ...

എന്റെ വാക്കുകൾ
അർത്ഥശൂന്യമായവയെന്നും
പാറ്റിയാൽ പറക്കുന്ന
പതിരാണെന്നും
നീ ഘോഷിക്കുമ്പോൾ
നോവിന്റെ കടലാവുകയാണു
ഞാനെന്ന്
അറിയാതെ പോവുന്നതെന്ത്!!

മഴവില്ല്

ആഗ്രഹങ്ങൾ
മാരിവില്ലുകളാണ്.
നിറങ്ങൾ കൊണ്ട്
നിന്നെ ഭ്രമിപ്പിക്കും.

കൈയ്യെത്താ ദൂരത്തെ
മായക്കാഴ്ച
നിന്നോട് മൗനമായ്
കുശലം പറയും

നിന്റെ ഹൃദയത്തെ
ഉണർത്തും
അന്തരംഗത്തിൽ
ഉന്മാദമുണർത്തും

നിന്റെ പാതിഅടഞ്ഞ
കണ്ണുകൾ
മെല്ലെത്തുറക്കുമ്പോൾ
സത്യത്തിന്റെ
നേർക്കാഴ്ച
നിന്നിൽ നിറയും

മാരിവില്ല്
മാഞ്ഞു കഴിഞ്ഞ മാനം
കാർമേഘത്തിന്റെ

ഇരുളിൽ ..
നിന്റെ കുനിഞ്ഞ
ശിരസ്സിൽ
അലിവോടെ
മഴ
മുത്തുകൾ വിതറുമ്പോൾ
ആ നനവേറ്റ്
നീ നിന്നെ
അറിയും.

ഓർമ്മത്തിരകൾ

തിരകൾ,
ഓർമ്മകൾ പോലെയാണ്.
തട്ടിയുണർത്തിയും
തൊട്ടുതലോടിയും
ചിലപ്പോൾ ആർത്തിരമ്പിയും
എന്തൊക്കെയോ ഓർമ്മപ്പെടുത്തുന്നു -

സാഗരം
പലതിനേയും
ഉള്ളിലൊളിപ്പിച്ച്
കണ്ണെത്താപ്പരപ്പിൽ
ആഴമറിയിക്കാതെ
ചുഴികളും ഗർത്തങ്ങളും
അത്യഗാധതയും
പതിയിരിക്കുന്ന ഒരിടം .

മനസ്സ്
തിരയടിക്കുന്ന സാഗരമാണ്.
അകം പൊരുളറിയാത്ത
സൗന്ദര്യമാണ്
ആഴമളക്കാനാവാത്ത
അഗാധഗർത്തമാണ്.
സൗന്ദര്യവും വൈരൂപ്യവും
വേർതിരിക്കാനാവാത്ത
സമ്മിശ്രണമാണ്.

ഒറ്റനക്ഷത്രത്തെ കാണുമ്പോൾ

അവൾ പറഞ്ഞു, നീ
ഒരു മോഹം നക്ഷത്രത്തോടു പറയൂ
എന്ന്
ഞാനെന്താണ് പറയേണ്ടത് ?

കണക്കു പരീക്ഷയ്ക്ക്
തോറ്റു പോകരുതെന്നോ?
അമ്മയുടെ അസുഖം
മാറ്റിത്തരണമെന്നോ?

അച്ഛന്റെ പിണക്കം മാറി
മടങ്ങി വരണമെന്നോ?
അതോ
അടുത്ത മഴയ്ക്കു മുമ്പ്
എന്റെ പാവം കുടിലിനെ
ഒരു കൊട്ടാരമാക്കണമെന്നോ?

നീ ഒന്നും തീരുമാനിച്ചില്ലേ..?
വേഗം ഒറ്റ നക്ഷത്രത്തോട്
മോഹം പറയൂ..
അവൾ വീണ്ടും പറയുന്നു.

ഞാൻ ഒന്നും പറയാനാവാതെ
മാനത്തേയ്ക്ക് നോക്കി നിൽക്കേ ..
കാർമേഘ പടലത്തിൽ
മറഞ്ഞു പോയിരിക്കുന്നു
ആ ഒറ്റ നക്ഷത്രം.

പഴയ ചിലത്

പ്രിയമായ് എഴുതാനൊന്നും
ഹൃദയത്തിൽ
ബാക്കി ഇല്ലാഞ്ഞിട്ടാവാം
നിനക്കായ് എഴുതാനാവാതെ
എന്റെ തൂലിക
വരണ്ടു പോയത്

മനസ്സിൽ സ്വരുക്കൂട്ടിയ
മധുരാർദ്രമായ വാക്കുകൾ
തൊണ്ടയിൽ കുടുങ്ങി
നിശ്ചലമായതും
അതുകൊണ്ടു തന്നെയാവാം.

ഒരു ജന്മത്തിന്റെ സ്വപ്നങ്ങളെ
വരച്ചെടുത്ത
എന്റെ നയനങ്ങൾ
നിന്റെ സാമീപ്യത്തിൽ
അകലേയ്ക്ക് മാത്രം
തിരിയുന്നത്
എന്നെ നീ
തിരിച്ചറിയാതിരിക്കാൻ
മാത്രമാണ്

എന്നിട്ടും
വഴിപിരിഞ്ഞു പോയ

ആ നാൽക്കവലയിൽ
പഴയ സിമന്റു ബഞ്ചിൽ
ചെഞ്ചോര നിറത്തിൽ
ഇപ്പോഴും വാകമരം
പൂക്കൾ കൊഴിച്ചിടാറുണ്ട്.

പലതും മറന്ന കൂട്ടത്തിൽ
ആ തണലും
നമ്മൾ മനപ്പൂർവ്വം
മറന്നതാവാം

പ്രണയത്തെ അറിയുമ്പോൾ

വരണ്ട മണ്ണിൻ കനിവായ്
ആദ്യം മുളയ്ക്കുന്ന നാമ്പ്

കരിമ്പാറയ്ക്കുള്ളിലെ
കുളിർന്ന നീരുറവ

നിദ്രയ്ക്കും ജാഗ്രത്തിനു-
മിടയിലെ,
അപൂർണ്ണ സ്വപ്നം

അവിവേകത്തിന്റെ
തിരയിളക്കം

തലച്ചോറിൽ വിടരുന്ന
രതിപുഷ്പം

ഉദയത്തിന്റെ അരുണാഭയും
അസ്തമയത്തിന്റെ
വിഹ്വലതയും
നിറം പടർത്തിയ ചിത്രം

അധരങ്ങളിലെ മധു-
കണങ്ങളാൽ
നാവിൽ പടർന്ന ലഹരി

ശ്വാസനിശ്വാസങ്ങളിലെ
താപക്കാറ്റ്

നീ പുഴയും
ഞാൻ ഓളവുമെങ്കിൽ;

എന്റെ ഹൃദയമെന്നും,
നിന്നോടു ചേർന്നു നിന്ന്

മൗനത്തിന്റെ മൃദു-
വാക്യങ്ങളാൽ
പ്രണയം ചൊല്ലും..

ശിശു വിലാപങ്ങൾ

വയലിനപ്പുറം മരക്കൂട്ടത്തിനിപ്പുറം
വഴി തീരുകയാണെന്ന്
കൂട്ടത്തിലൊരുവൻ
വിളിച്ചു പറഞ്ഞു.

തിരയാൻ പോയവർ
കണ്ടെത്തിയെന്ന്
ഒരു മരച്ചുവട്ടിൽ
അവളുടെ സൈക്കിൾ.

മരക്കൂട്ടത്തിനപ്പുറം
വിജനമായ പാറക്കെട്ടുകളിൽ
കാറ്റ് ചൂളം വിളിച്ചു കറങ്ങി,

മരത്തലപ്പുകളെ ചുഴറ്റി
ആർത്തട്ടഹസിച്ച്
തിരികെ
പാറക്കെട്ടിലൊന്നു
തലതല്ലി,

അതിനുമപ്പുറം
കടലിന്റെ അശാന്തമായ
പരപ്പിലേയ്ക്കാഴ്ന്നിറങ്ങി
തിരകളിൽ
വിലയം പ്രാപിക്കുമത്രേ.

അയാൾ നരച്ചു തുടങ്ങിയ
തലതാഴ്ത്തി, പിന്നെ
കരിയിലക്കൂട്ടത്തിലേയ്ക്ക്
ചാഞ്ഞു വീണു.

ആരോ പതുക്കെപ്പറയുന്നു
ഇനി മൂന്നാം നാൾ നോക്കാം,
തീരത്തെ പാറയിൽ
തട്ടിയുടഞ്ഞ്,
മീൻ തിന്നു തീർത്തതിൻ
ബാക്കി
വല്ലതുമുണ്ടെങ്കിൽ

വിരലീമ്പിക്കരഞ്ഞുണർന്നി-
ട്ടുണ്ടാവും
ഒരു തുണിത്തൊട്ടിലിൽ
അമ്മയെത്തേടുന്ന പൈതൽ.

അമ്മ പാതിവഴിയിൽ
സാഗരത്തെ പുൽകിയെന്നോ..
അച്ഛൻ കരിയിലയിൽ
തളർന്നു വീണുവെന്നോ
അറിയാതെ പാവം..

ആത്മരക്ഷകൻ

രണ്ടു മരക്കഷണങ്ങൾ
നെടുകെയും കുറുകെയും
ഒരു ബിന്ദുവിൽ തറച്ചപ്പോൾ
അത്, നിനക്കായ്
അവരൊരുക്കിയ കൊടും
ശിക്ഷയുടെ അടയാളമായി.

അവർ,
നിന്റെ കവിളിൽ ഒലിച്ചിറങ്ങിയ
കണ്ണീർ കണ്ടതേയില്ല;
അത്,
അവർക്കു വേണ്ടിയും
അവരെപ്പോലെയുള്ള
അപരാധികൾക്കു വേണ്ടിയും
നീ ഒഴുക്കിയതാണെന്നറിയാതെ ,
അവർക്കുള്ള ശിക്ഷ നീ ശിരസ്സാ-
വഹിച്ചതാണെന്നറിയാതെ,
അവർ,
നിന്നെ മലമുകളിലേയ്ക്ക്
വലിച്ചിഴച്ചു.

ചാട്ടവാറുകൾ
പുളഞ്ഞ ദേഹം
വേദനയുടെ ദേവാലയമായി.

നീ നിന്റെ ദുർബ്ബലമാവുന്ന
കൈകളുയർത്തി
പരിശുദ്ധാത്മാവിനോടെന്തോ
പറഞ്ഞു.

അവർ,
നിന്റെ ചുമലേറ്റിയ,
ഒറ്റയാണിയിൽ ഒന്നായ് മാറിയ
രണ്ട്
തടിക്കഷണങ്ങളിൽ
നിന്നെക്കൊരുത്തു .

നിന്റെ വരണ്ട നാവിന്
വെള്ളമൂട്ടാതെ..
നിന്റെ വേദന ലോകത്തിന്റെ
വേദനയെന്നറിയാതെ
അവർ,
നിന്റെ രക്തഗന്ധത്തിൽ
ഉന്മത്തരായി.

മലമുകളിൽ,
മൃത്യുവിന്റെ കാറ്റു വീശുകയും
നിന്റെ നിണമേറ്റുവാങ്ങി
പൂവുകൾ വിടരുകയും ചെയ്തു.

എന്റെ നാഥാ,
നിന്നെ ദൂരെ നിന്നു വണങ്ങുകയും
നിന്റെ പാദങ്ങൾ
കണ്ണീരാൽ കഴുകുകയും
ചെയ്തവളെ
നീ പുണ്യവതിയാക്കി.
അവളെയാണു നീ
ആൾക്കൂട്ടത്തിന്റെ
കാട്ടു നീതിയിൽ നിന്ന് ,
വാക്കുകളാൽ തീർത്ത

പരിചയാൽ
മുറിവേൽക്കാതെ രക്ഷിച്ചത്.

നിന്റെ നിണമണിഞ്ഞ മുഖം
അവളുടെ കൈലേസാൽ
മൃദുവായ് തുടച്ചപ്പോൾ
വരച്ചു ചേർത്തതു പോലെ
മുൾപ്പാടുകളിൽ നിന്ന്
ചോരയിറ്റുന്ന മുഖം!

നിന്റെ അവസാന പിടച്ചിൽ
കാണാനാവാതെ
അവൾ കുന്നിറങ്ങുകയാണ്;
വെൺപ്രാവുകൾ
പറന്നകന്ന താഴ് വാരത്തിലേയ്ക്ക്.

നീയിന്നും പഠിച്ചു തീരാത്ത
ഗ്രന്ഥമാണ്
വ്യാഖ്യാനിക്കാനാവാത്ത -
തെന്തൊക്കെയോ
ഉള്ളിലൊളിപ്പിച്ച,
മഹാസമുദ്രം!

സന്നിവേശം

നിഗൂഢ സ്വപ്നങ്ങളെ ഞാൻ
തടവറയിൽ പാർപ്പിച്ചിരിക്കുന്നു.

ഒരണ്ഡത്തിൽ ജീവൻ
പ്രവേശിക്കുന്ന നിമിഷം പോലെ,

ലോകം ആദ്യം കാണുന്ന
രണ്ടു കണ്ണുകളുടെ
കൗതുകം പോലെ,

മണ്ണിലുറങ്ങിക്കിടന്ന
വിത്തുകൾക്കു മേൽ
മഴ നനവിന്റെ കാരുണ്യം പോലെ

എന്റെ സ്വപ്നങ്ങളും
പുറന്തോടു പൊളിച്ച്
എന്നെങ്കിലും പുറത്തു വരാം!

ഒരു ചതുരംഗക്കളത്തിന്റെ
നിയമങ്ങളിൽ
ഒതുക്കി നിർത്താനാവാത്ത
കരുക്കളാണാ സ്വപ്നങ്ങൾ..

ഭ്രാന്തൻ മനസ്സിന്റെ
മേച്ചിൽപ്പുറങ്ങൾ!

എറിഞ്ഞു കൊടുത്താലും

കൊത്തിപ്പെറുക്കുവാനാവാത്ത
ഗോതമ്പു മണികൾ.

അതെന്റെ ഹൃദയത്തിന്റെ
മിടിപ്പാകട്ടെ;
ചിന്തകളുടെ സ്ഫുരണവും,
ആത്മാവിൽ പടരുന്ന
അഗ്നിയും
മനോവ്യഥകളുടെ ഒളിവിടവും
ആകട്ടെ.

എന്നിലേയ്ക്ക്

ആത്മാവെന്ന
ഒറ്റമരക്കാട്ടിലേയ്ക്ക്
ചിറകടിയില്ലാതെ
താണു പറക്കണം

ചില്ലയിലെ ഇലക്കൂട്ടത്തിൽ
തല പൂഴ്ത്തി ധ്യാന-
നിമഗ്നയാവുമ്പോൾ
മരിച്ചവർ അവശേഷിപ്പിച്ച
മോഹങ്ങളുടെ
ദലമർമ്മരങ്ങളിൽ
ബാക്കിയായ സ്വാന്തനങ്ങളുടെ
മൃദു മന്ത്രണം കേൾക്കാം

ഇനിയും തിരിച്ചറിയാത്ത
നന്മകളുടെ കുഴിമാടത്തിൽ
കത്തിനിൽക്കുന്ന
മെഴുകുതിരി പോലെ
ഇത്തിരി വെട്ടവും പേറി,
എന്റെ ആത്മാവെന്ന
ഒറ്റമരക്കാട്ടിൽ
മഴമേഘങ്ങളുടെ
ശീതള സ്പർശമേറ്റ്
ഞാൻ പാറി നടക്കും.

അരൂപികളുടെ സ്വർഗ്ഗത്തിലെ
നിറഞ്ഞൊഴുകുന്ന

അരുവിയുടെ
ശാന്തമായ തീരത്തിരുന്ന്
ഇന്നോളം കേൾക്കാത്ത
കിന്നരവാദനം, അപ്പോൾ
കേൾക്കാം.

പുലരിയും സന്ധ്യയും
തേടി വരാതെ,
ഇരവും പകലുമറിയാതെ
മേഘപാളികളിൽ
തലചായിച്ചു കിടന്ന്,
ഉള്ളിലൂറിത്തുളുമ്പുന്ന
പ്രണയവായ്പിന്റെ തീരാ-
മധുരത്തിലലിഞ്ഞ്,
ആർദ്രമായൊരു കാറ്റ്
തൊട്ടുഴിഞ്ഞകലുമപ്പോൾ .

അന്യമായിത്തീർന്ന ,
സ്വന്തം ഇടങ്ങളിലേയ്ക്ക്
തിരിഞ്ഞു നോക്കാൻ
അനുവാദമില്ലാതെ ,
മനസ്സിനെ വേർപെടുത്തി;
സ്വപ്നങ്ങളും മോഹങ്ങളും
നീരസങ്ങളും മണ്ണിലലിഞ്ഞു
എന്ന തിരിച്ചറിവിൽ,
കാലവും ഋതുഭേദങ്ങളും
കടന്നുവരില്ലെന്ന ബോദ്ധ്യത്തിൽ-
പ്രശാന്തമായ നിദ്രയിലേയ്ക്ക്
മെല്ലെ..മെല്ലെ താണിറങ്ങാം.

പരാജിതന്റെ ചിരി

പരാജിതന്റെ ചിരി
നിങ്ങൾ കണ്ടിട്ടുണ്ടോ?
താണ കണ്ണുകൾക്കിടയിലൂടെ
അവന്റെ ചിരി
സ്വന്തം പാദങ്ങളെ
തൊട്ടു നീറ്റും.

ഹൃദയത്തിൽ ഉറവയെടുക്കാത്ത
വരണ്ട ചിരി, കാർമേഘം
മൂടിയ രാത്രി വാനമാകും.
അത് ക്ഷീണിച്ച പക്ഷിയുടെ
വിടർത്താനാവത്ത
ചിറകുകളാണ്.

അവന്റെ ആത്മവിശ്വാസം
താണു താണു പറന്ന്,
മുകളിൽ വാനം തൊട്ട്
പറക്കുന്നവയുടെ
പരിഹാസത്താൽ ചൂളും.

ആത്മാവു നഷ്ടപ്പെട്ട
മനസ്സിന്റെ ചിരി
ഉലയിൽ നിന്നുയിർ കൊള്ളുന്ന
ക്ഷണികമായ തീപ്പറവകളാണ്.

പരാജിതന്റെ ചിരി
കരിന്തിരിയായയണയാൻ

വെമ്പി പടർന്നെരിയും.

അവനെ അപ്പോഴും
സ്നേഹിക്കുന്ന ചിലർ
അവന്റെ ചിരിയുടെ
അർത്ഥത്തെ തിരയും

പരാജയത്തെ മറക്കൂ
എന്നതിനു പകരം
പരാജിതനെ മറക്കൂ
എന്ന പുതിയ ആപ്തവാക്യത്തിലേയ്ക്ക്
സൗഹൃദങ്ങൾ വഴി മാറുമ്പോൾ
അവന്റെ ചിരി
ഇരുളിലേയ്ക്കുള്ള
ഏകാന്ത യാത്രയാവും.

പലായനം

നിസ്സംഗന്റെ മനസ്സ്
ഒന്നുമെഴുതാത്ത
വെള്ളക്കടലാസാണ്.

പ്രണയം പൂക്കുമ്പോഴും
വിരഹം നീറ്റുമ്പോഴും
മരണം പൊള്ളിക്കുമ്പോഴും
അവൻ,
അർത്ഥഭേദങ്ങളില്ലാത്ത,
വിഗ്രഹിക്കാനാവാത്ത
ഒരു പദമായി മാറുകയാണ്.

ചിരി നിറയുന്ന സൗഹൃദ വേദിയിൽ
വീഞ്ഞിന്റെ ഒരു കുമിളയിൽ
അവൻ സ്വയം അർപ്പിക്കാറുണ്ട്.

കണ്ണു നനയ്ക്കുന്ന വിടവാങ്ങലുകളിൽ
ഒന്നും മിണ്ടാതെ
വിദൂരതയിൽ മിഴിനട്ട്
അവനേകനാവും..

ഉള്ളം തളിർക്കുന്ന
കൂടിച്ചേരലുകളിൽ
അന്നോളം പെയ്തു നനയാത്ത
മരുഭൂമിയാവും അവൻ

നിസ്സംഗതയുടെ പുറന്തോടഴിക്കാതെ

ഒരു ജന്മമവൻ ആമയായ്
ശിരസ്സ് ഉള്ളിലേയ്ക്കു വലിച്ച്
ജീവിതത്തിൽ നിന്നൊഴിഞ്ഞു മാറും.

അവന്റെ ചുണ്ടിന്റെ
നേർത്ത ചലനം
ചിരിയോ രോദനമോ
എന്നു തിരിച്ചറിയാനാവാതെ
അവന്റെ പങ്കാളി
അസ്വസ്ഥയാവും;
ഒരിക്കലും ജയിക്കാനാവാത്ത
ഒരു പരീക്ഷ പോലെയാവും
അവളുടെ ജീവിതം.

അവന്റെ വികാരങ്ങളി-
ലെവിടെയും അവളുടെ ഗന്ധം
തൊട്ടുണർത്തുകയില്ല.
അവന്റെ നെഞ്ചകത്തൊരിക്കലും
അവളെന്ന അഗ്നിയുടെ
ജ്വാലകൾ പൊള്ളിക്കില്ല.

ക്ഷീരപഥത്തിലെവിടെയോ
ഭ്രമണപഥം തെറ്റിയയലയുന്ന
ഛിന്നഗ്രഹം പോലൊരുവൾ ,
തമോഗർത്തത്തിലാണു
പതിച്ചതെന്നറിയാതെ
ഒരു ജന്മം മുഴുവൻ
തന്റെ ജീവിതം തേടി അലയും.

ഒട്ടുമേ ബാക്കിയാവാതെ
അവളെരിഞ്ഞു തീരുമ്പോഴും
നിസ്സംഗത കൊണ്ടു തീർത്ത
ചിതൽപ്പുറ്റിലവനൊളിക്കും

എങ്കിലും..
തിരിച്ചറിയില്ല
കുടത്തിലൊളിപ്പിച്ച
വിളക്കായിരുന്നു താനെന്ന്..

പ്രത്യാശയുടെ തീരങ്ങൾ.

കൂരിരുളിൽ
അരണ്ട നിലാവെളിച്ചം
ഇളം നീല നിറമാർന്ന
ആശ്വാസമാണ്.

വരണ്ട നാവിലിറ്റിച്ച
ദാഹജലത്തിന്
നിറമില്ലാത്ത
പ്രതീക്ഷയുടെ തണുപ്പ്.

കൊടും തണുപ്പത്ത്
ആരോ എറിഞ്ഞു തന്ന
ഒരു കീറു കമ്പളിയ്ക്ക്
കാരുണ്യത്തിന്റെ
ചെറുചൂട്.

കത്തുന്ന വെയിൽ
നാളങ്ങൾക്കു താഴെ
കുടയാവുന്ന
പച്ചപ്പിന്റെ ആലിംഗനം.

വിശന്ന വയറിന്
ആരോ നീട്ടുന്ന
ആഹാരത്തിന്റെ ധന്യത .

കണ്ണീരിന്
ഒരു തലോടലിന്റെ
കരുതൽ നൽകുന്ന
പുഷ്പ സ്പർശം.

നീറുന്ന മനസ്സിലേയ്ക്ക്
അടർന്നു വീഴുന്ന
സ്വാന്തന വാക്കുകൾ .

ആരുമില്ലാത്തവന്
ആരോ കാത്തിരിക്കാനുണ്ട്
എന്ന പ്രതീക്ഷ..

ഒക്കെയും കനിവിന്റെ
നീർത്തുള്ളികളിൽ നിന്ന്
ദാഹം ശമിപ്പിക്കുന്ന
പ്രത്യാശകൾ..

നൈമിഷികം

ആത്മാവിന്റെ
ആർദ്ര തടങ്ങളിൽ
സ്വപ്നത്തിന്റെ വിത്തിട്ട്
വളർത്തിയ
പൊടി നാമ്പുകളുണ്ട്

അവയിൽ ചിലത്
ശലഭങ്ങളായ്,
എനിക്കു ചുറ്റും
തൊട്ടും തൊടാതെയും
പറന്ന് മോഹിപ്പിച്ച്,
കിനാവിന്റെ പടി കടന്ന്
വിദൂരതയിലേയ്ക്ക്
പാറിയകലും.

ചിലത് പൂക്കളായ് വിടർന്ന്
മകരന്ദം നിറച്ച ഹൃദയവുമായ്
പൊടുന്നനെ കൊഴിഞ്ഞ്
വീണ പൂക്കളായ് ,
കവിയെ മോഹഭംഗത്തിലാഴ്ത്തി
കടലാസിൽ വരികളായ്
പടർന്നു കയറും.

ആത്മാവിന്റെ
ആർദ്ര തടങ്ങളിൽ

കനിയും തണലുമേകുന്ന
വന്മരങ്ങളുടെ കുറിപ്പുകളില്ല
അവയ്ക്കു വേരാഴ്ത്താനാവാത്ത
ലോലതടങ്ങളിൽ,
തൊട്ടാലടരുന്ന പുഷ്പങ്ങളും
അവയുടെ സുഗന്ധവും മാത്രം.

ജലസമാധി

അലയിളകാത്ത
തടാക ശാന്തത
മേഘങ്ങൾക്കു
കണ്ണാടിയായിരുന്നു!

ഞാനെന്ന സ്വർണ്ണ മത്സ്യം
പ്രതിഛായ കണ്ട്
സ്വയം ഭ്രമിച്ച്,
ഒഴുക്കില്ലാത്ത ജലപ്പരപ്പിൽ
വാൽ കൊണ്ടു
വെട്ടിയിളക്കി,
മദിച്ചുവരുന്ന ആൺ-
മത്സ്യങ്ങളോട്
കിന്നാരം ചൊല്ലി
മെല്ലെ ഒഴിഞ്ഞു നീന്തി,
അവർ പിന്നാലെയുണ്ടെ-
ന്നഹങ്കരിച്ച്,
ആഴത്തിലേയ്ക്കൊന്നു
മുങ്ങാംകുഴിയിട്ടുയർന്ന്
പോക്കുവെയിൽ നാളത്തെ
നുണഞ്ഞിറക്കാൻ മുതിർന്ന്...

അങ്ങനെയങ്ങനെ
എന്തൊരാനന്ദമായിരുന്നു..
കരയിലെ ചെറുപുല്ലുകളെ

ചവിട്ടിയമർത്തി നീ
വന്നെത്തും വരെ

ഓളങ്ങളിളകാത്ത പൊയ്കയിൽ
നിന്റെ ചൂണ്ട ഞങ്ങൾക്ക്
ചതിയുടെ ആദ്യ പാഠം

ഇളകുന്ന ഇരയ്ക്കപ്പുറം
തൊണ്ടയിൽ കുടുങ്ങുന്ന
മൂർച്ചയെ തിരിച്ചറിയാതെ
പോയെന്ന തെറ്റ്!

നിന്റെ പരുഷമായ
 പാദപതനങ്ങൾ
അശാന്തിയുടെ
ആരവങ്ങളായ്

ചെകിളപ്പൂക്കളിൽ
ചോര ചിതറിച്ച്, പിടച്ചാടുന്ന
ചൂണ്ടയിൽ നിന്നടർത്തി
പിടയ്ക്കുന്ന ജീവനെ
കരയിലെറിഞ്ഞ് നീ
ആഘോഷിക്കുമ്പോൾ;
സ്ഫടിക തടാകത്തിൽ
ഒളിയിടമില്ലാതെ ഞാൻ
പരക്കം പാഞ്ഞു.
ചോര പരന്ന തടാകം
ഭീതിയുടെ അരങ്ങായ് മാറി.

ഇപ്പോൾ,
ഈ നിമിഷത്തിൽ
നേർത്ത, കൂർത്ത ലോഹം
എന്റെ തൊണ്ട മുറിച്ച്
ആഴ്ന്നിറങ്ങുമ്പോൾ
ഞാൻ മരണഭീതിയിൽ

കുതറിപ്പിടയുന്നുണ്ട്.

നീ ചൂണ്ട വലിച്ച്
കൊളുത്തടർത്തി
മരണത്തിലേയ്ക്കെന്നെ
മോചിപ്പിക്കുമെന്നാശ്വസിക്കേ,

നീ, ചൂണ്ട ഉപേക്ഷിച്ച്
അതിൽ കുടുങ്ങിയ
നോവിനെ അവഗണിച്ച്
തിരിഞ്ഞു നടക്കുമ്പോൾ..
എന്റെ രോദനം നേർത്തു നേർത്ത്
അതിലോലമായ ഒരു
തരംഗത്തെ അവശേഷിപ്പിച്ച്
ജലത്തിലലിഞ്ഞ് ഇല്ലാതാവുന്നു.

പറയാനൊന്നുമില്ലാതെ

പോക്കുവെയിൽ ചാഞ്ഞു
നീളുമ്പോൾ
കടലിനു പഴയ പ്രണയത്തിന്റെ
തിരയിളക്കം.

കാലിൽ തൊട്ടുരുമ്മുന്ന
തിരക്കൈകൾ

പറയാനൊന്നുമില്ലാതെ
വാക്കുകൾ കടൽ കാറ്റിലലിഞ്ഞു

ഇനിയെന്നാണ്!
അറിയില്ല

ഇതൊരു സ്വപ്നമാണോ?
ആവുന്നതാണുനല്ലത്
ഉറങ്ങാതെ കാണുന്ന സ്വപ്നം

അവസാന ബസ്...
ഇനി യാത്രയില്ല
വേണ്ട.
പറഞ്ഞു തീർന്നതാണെല്ലാം
ഒക്കെയും..
ഒരു നോട്ടവും
മൃദുവായൊരു സ്പർശവും
ഇനിയും കാണില്ലെന്ന
യാത്രാമൊഴി.

തിരിഞ്ഞു നടക്കുമ്പോൾ
ചാറ്റൽ മഴ പൊതിയുന്നു
ഈയൊരു മഴകൂടി
ഒന്നിച്ചു നനയാമായിരുന്നു

തിരിഞ്ഞു നോക്കവേ
ബസ് വളവു തിരിഞ്ഞ്
മനസ്സിനപ്പുറത്തേയ്ക്ക്
മറയുന്നു.

ഹൃദയോർമ്മകൾ

വണ്ടി ഒന്നണച്ച്
വളവു തിരിഞ്ഞപ്പോഴേക്കും
എന്റെ കണ്ണുകൾ മലമുടിയെ തിരഞ്ഞു .
ചുറ്റും പറവകൾ ആർത്തു പറക്കുന്ന
കല്ലുമ്മേക്കല്ല് അവിടെയുണ്ടെന്നു -
റപ്പിച്ചു.

ആരോ പറഞ്ഞ പഴങ്കഥയിൽ
മഹാഭാരതത്തിന്റെ
പഴയ ഗന്ധം പടരുന്നു.
വനവാസവും ഭീമനും
പാഞ്ചാലിയും മലങ്കാറ്റിന്റെ
ഹുങ്കാരവും
ശിലാശയ്യകളും

പാഞ്ചാലി കിടന്ന ശിലാശയ്യയിൽ
മാനം നോക്കി മലർന്നു കിടന്ന
ഒരുച്ചയിലാണ്,
സൂര്യൻ പൊടുന്നനേ മറഞ്ഞതും
ചന്ദ്രനും താരകളും മാനത്ത്
നൃത്തം വെച്ചു തുടങ്ങിയതും..

ചുറ്റുമുള്ള ഇരുളിൽ നിർഭയയായ്
ഇരുന്നപ്പോൾ
മിന്നാമിനുങ്ങുകൾ ഒത്തുകൂടി
വട്ടം ചുറ്റിപ്പറന്ന്
നീ ഞങ്ങളെ മറന്നോയെന്ന്

ചെവിയിൽ മൂളി.

ഒരു കുലുക്കത്തിൽ
ചാഞ്ഞുനിന്ന വണ്ടിയിൽ നിന്ന്
ഒരു കിനാവിന്റെ ഭാരവും പേറി
ഇറങ്ങുമ്പോൾ,
ഞാനെന്റെ പഴയ, ചെറിയ
കാൽപ്പാടുകളാ മണ്ണിൽപ്പരതി-
എവിടെയുമില്ല...

പിന്നാലെ വന്നവർ മായ്ച്ചു കളഞ്ഞ
കാൽപ്പാടുകളിൽ
ഞാനെന്തിനെന്നെത്തിരയുന്നു-
വെന്ന് സ്വയം ചോദിച്ചുവെങ്കിലും

പണ്ടു വീശിയ കാറ്റിന്റെ
കുളിരിൽ പതിയെ ഞാൻ
ഓർമകളുടെ കടവു തേടി
ഒറ്റയ്ക്കു നടന്നു.

അവൾ

ചായം തേച്ചു തുടുപ്പിച്ച
എന്റെ അധരങ്ങളെ
കനൽ വാക്കുകളാൽ അവൾ
വികൃതമാക്കി.

ഉടയാതെ, ഉലയാതെ
ചുറ്റിയ സാരിയെ
പുച്ഛത്തിന്റെ ചെളി പുരട്ടി
അവൾ മലീമസമാക്കി.

മിനുക്കി, പാകപ്പെടുത്തി
ഞാനെഴുതിവെച്ചതെല്ലാം
അവളുടെ കടുത്ത വാക്കുകളുടെ
മൂർച്ചയിൽ, വെറും
അക്ഷരക്കൂമ്പാരങ്ങളായി..

നേരെന്നും നെറിയെന്നും
ഞാനൂറ്റം കൊണ്ടതെല്ലാം
നേരും നെറിയും കെട്ടതെന്നവൾ
വെല്ലുവിളിച്ചു.

എന്റെ നെറ്റിയിലെ ചിഹ്നങ്ങളെ
പുച്ഛിച്ചു കൊണ്ടവൾ
കവിതയെഴുതി.

വിശപ്പിനെക്കുറിച്ചു ഞാ-
നെഴുതിയ പുലരിയിൽ

വിശപ്പറിയാത്തവളുടെ
അസംബന്ധമെന്നവൾ
പരിഹസിച്ചു.

വാക്കിലും നോക്കിലും
ഞാൻ കൊണ്ടാടിയ
ഗർവ്വിനെ, അഹംഭാവിയുടെ
ജൽപ്പനമെന്ന കവിതയിലൂടവൾ
ആഘോഷമാക്കി.

അവളുടെ
ചോര ചീന്തുന്ന,
അക്ഷരപ്പെയ്ത്തിനെ
ഞാനിഷ്ടപ്പെട്ട തുടങ്ങിയ നാൾ
അവളെന്നെ കുലസ്ത്രീയെന്നു
വിളിച്ചധിക്ഷേപിച്ചു.

ഞാനപ്പോഴും, ഉടയാത്ത സാരിയിൽ
കുങ്കുമച്ചുവപ്പുള്ള നെറ്റിയിൽ
വടിവിലെഴുതിയ അക്ഷരങ്ങളിൽ
ചിന്തേരിട്ടു മിനുക്കിയ വാക്ക് രൂപങ്ങളാൽ
സൃഷ്ടിച്ചെടുത്ത മാന്യമറയിൽ
കുലസ്ത്രീപ്പട്ടത്തിന്റെ
പൊള്ളത്തരത്തിൽ പതിയിരുന്ന്,
ശബ്ദതാരാവലിയിൽ
മാന്യമായ വാക്കുകളെ
തിരയുകയായിരുന്നു.

അമ്മയെ മറക്കുമ്പോൾ

അമ്മ..
ഒരു വെറും വാക്കല്ല
അത് നോവിന്റെ അടയാളമാണ്
സഹനത്തിന്റെ പ്രതീകം
ജീവരാശിയുടെ
ഉയിർപ്പും തുടിപ്പും
അളക്കാനാവാത്ത
സ്നേഹ സമുദ്രം.

അമ്മ,
ഒരു വെറും വാക്കല്ല
തന്നുടലു പകുത്തൊരു
ജീവനെ വഹിക്കുന്നോൾ
മാറിലെ പാൽച്ചുരന്നമൃതായ്
നൽകുന്നോൾ
കുഞ്ഞു കരയുമ്പോൾ
ഉള്ളം പിടയ്ക്കുന്നോൾ
ഉറക്കം വെടിഞ്ഞ്
കാവലായ് നിൽക്കുന്നോൾ..

അമ്മ-
ഒരു വെറും വാക്കല്ല
ശിഥിലമാവാത്ത ആത്മബന്ധം
ഒരുമിച്ചൊഴുകിയ
രക്തപ്രവാഹം
ഇനി എന്തു പറയാൻ..
എന്നിട്ടും നാം..!

സ്മൃതിഭ്രംശം

ഓർമ്മിച്ചെടുക്കാൻ
ഒന്നും ബാക്കി വെയ്ക്കാത്ത
വെള്ളക്കടലാസിനോട്,
ആ കണ്ണുകളിലേയ്ക്ക് നോക്കി
ഞാൻ ചോദിക്കുന്നു,
മറന്നുവോ എന്ന്..

തീരത്തിനും ഓളങ്ങൾക്കു-
മപ്പുറം അലയടങ്ങിയ
ചാരനിറമാർന്ന കടലിൽ
കണ്ണുനട്ടിരിക്കുന്ന
പഴയ പ്രണയം
നിർവ്വികാരമായ്
ആഴങ്ങളിലേയ്ക്കു നിപതിച്ച
ബോധമണ്ഡലത്തിന്റെ
ഒരിക്കലും ഉറവ പൊട്ടാത്ത
മരുഭൂമിയിലൂടെ,
തെന്നി മാഞ്ഞു പോകുന്ന
കാഴ്ചയ്ക്കരികേ നിന്ന്..

ആ തണുത്ത കൈകളിൽ
മൃദുവായ് തൊട്ട്,
യാത്ര പറയാനാവാതെ
തിരിഞ്ഞു നടക്കുന്നു..
വഴി പിരിഞ്ഞൊരനുരാഗത്തിന്റെ

ഭാരം ചുമക്കുന്ന
മനസ്സുമായ് ഒരുവൾ.

ഒരിക്കൽ വായിച്ചു മടക്കിയ
പുസ്തകത്താളുകൾ
പുനർവായനയ്ക്കായ്
തുറക്കുമ്പോൾ,
ഒക്കെയും മാഞ്ഞു
പോയെന്നു വന്നാൽ..!

ആ ശൂന്യതയോട്
എന്തു പറയാനാവും!!

ഒരുമിച്ചു നടന്ന വഴികളി-
ലവശേഷിക്കുന്ന
പഴുത്തിലകളാണ്
നാമെന്നോ...

കപോതവൃത്തി*

വിതച്ചും കൊയ്തും
ധാന്യപ്പുരയ്ക്കരുകിൽ
ഓച്ഛാനിച്ചൂഴം കാത്തു
നിന്നവർ നമ്മൾ;
കപോത വൃത്തർ..

നനഞ്ഞ കൊള്ളി
ഊതിപ്പുകച്ച്
ജന്മം തീർത്ത
പെണ്ണൊരുത്തി,

ഉടഞ്ഞ മൺകലം
പോലുള്ള ജീവിതം
പ്രാകി പ്രാകി- ത്തീർക്കുന്നു
അവൾക്കതേ,യാവൂ..
അതവൾ ചെയ്യുന്നു.

നമുക്കീ ജന്മം
പടുത്തേകിയ
ദൈവക്കൈകൾ
നയിക്കാനവർക്കേകി,
ചാട്ടവാറുകൾ
അധികാര ദണ്ഡുകൾ..

അളന്നു തൂവുന്ന,വർ

കള്ളപ്പറയാൽ
നമ്മുടെയഭിമാനം
നമ്മുടെ ക്ഷമാശീലം

നമുക്കായ്
ശബ്ദമുയർത്താൻ
എത്തണം
മാനവനൊരുവൻ
നമുക്കായ് തേരു തെളിക്കണം
ജീവിത വീഥിയിൽ..

---

*കപോതവൃത്തി = അന്നന്നേയ്ക്കുള്ളതു മാത്രം സമ്പാദിക്കുക

സന്ദേശ വാഹകൻ

ദൂതുമായ്
ഒരു കൊടുങ്കാറ്റിനെത്തന്നെ
നിന്റെ അരികിലേയ്ക്കയച്ചു;
എന്റെ അനുരാഗ തീവ്രത
ഏറ്റുവാങ്ങാൻ മറ്റൊരു
ദൂതനുമാവില്ല.

അവൻ കടലിലിറങ്ങി
യാനങ്ങളെ അമ്മാനമാടി
തിരകളെ വാനോളമുയർത്തി
സാഗരത്തെ കളിക്കളമാക്കി.

കരയിൽ,
മാമരങ്ങളെ നുള്ളിയെറിഞ്ഞ്
അചലങ്ങളോടു പൊരുതി
കോട്ടകൊത്തളങ്ങളെ തച്ചുടച്ച്
അവൻ താണ്ഡവമാടി

ഒടുവിൽ,
ഇളം കാറ്റായ് നിന്റെയരുകിൽ
അശോകവനിയിൽ,
തന്നിൽ പുഷ്പഗന്ധം നിറച്ച്
നിന്നെ വിസ്മയിപ്പിച്ചപ്പോൾ

അവൻ മൊഴിഞ്ഞ
അടയാള വാക്യങ്ങൾ
നിന്റെ ഹൃദയം കുളിർപ്പിച്ചു.
കണ്ണീരാൽ പുഞ്ചിരിച്ച്
മുദ്രാമോതിരമേറ്റുവാങ്ങി
കാതങ്ങൾക്കകലെ
നീ എന്റെ പ്രണയത്തെയറിഞ്ഞു..

കൊടുങ്കാറ്റ്
ചെറുബാലനായ്
നിന്റെ ലാളനയിൽ ശിശുവായ്
വിടവാങ്ങി
എന്നിലേയ്ക്കണയുന്നു
മന്ദമാരുതനായ്.

യുദ്ധം*

യുദ്ധമെന്നാൽ...

രക്തഗന്ധങ്ങൾ
മാംസച്ചീളുകൾ
മാനഭംഗങ്ങൾ
അനാഥത്വം
തകർന്ന മനസ്സുമായി
ബാക്കിയാവുന്നവർ
കുഞ്ഞു ജഡങ്ങൾ
ചിതറിത്തെറിക്കുന്ന
തെരുവുകൾ
ഇല്ലാതാവുന്ന
വീടുകൾ..

നമ്മൾ മനുഷ്യരെങ്കിൽ
അവരെ തടയുക..
കുരുതികൾ നമ്മളെയും
ആനന്ദചിത്തരാക്കുന്നുവെങ്കിൽ-
തിരിച്ചറിയുക,
നമുക്കും
ഭ്രാന്തായിത്തുടങ്ങിയെന്ന
സത്യം..

** ഉക്രൈൻ-റഷ്യ, പലസ്തീൻ-ഇസ്രയേൽ യുദ്ധങ്ങ ളുടെ പശ്ചാത്തലത്തിൽ (2023) എഴുതിയത്*

തീച്ചാമുണ്ടി

പുരുഷാരം അസുര താളം
വ്രതനിഷ്ഠയാൽ
ദൃഢതയാർന്ന ദേഹം
സ്ഫുടം ചെയ്ത ചിത്തം
വരികയായ്
തീച്ചാമുണ്ഡി തെയ്യം.

ഒരു കനൽ മല കാത്തിരിക്കുന്നു
ഒരു ഗ്രാമം ആർത്തിരമ്പുന്നു
ദേവിതൻ ഉഗ്രരൂപ-
മെടുത്തണിഞ്ഞെത്തിടുന്നു
തീച്ചാമുണ്ഡി തെയ്യം..

അയാൾ മറന്നു
താൻ മനുഷ്യനാണെന്നും
പ്രാരബ്ധ നടുവിലാണു
ഇഹവാസമെന്നതും,
പഴയ ചാമുണ്ഡി വേഷങ്ങളേകിയ
പൊള്ളൽ നൊമ്പരം
ഓർത്തതേയില്ലയാൾ.

ഇപ്പോൾ താനുഗ്രമൂർത്തി
നാടിന്നധിപ,
കാണികൾ
ഭക്തി ലഹരിയിൽ
കൈകൂപ്പി നിൽക്കും
തീച്ചാമുണ്ഡി തെയ്യം.

സന്നിവേശിച്ചു
ചാമുണ്ഡിയുള്ളിൽ
മുന്നിൽ കനൽക്കുന്ന്
മാടി വിളിക്കവേ,
മാംസഗന്ധമാവാഹിക്കും
കനൽച്ചൂടിൻ, ഭൈരവിയായുധയു-
ഗ്രമൂർത്തിയായ്,
ആർത്തിരമ്പും
പുരുഷാരത്തിൻ
മുമ്പിലാടിടട്ടെ തീച്ചാമുണ്ഡിത്തെയ്യം...

സായാഹ്നം

ഗുൽമോഹർ ചുവപ്പിച്ച വീഥിയിൽ
കിനാക്കണ്ട് പതിയെ നടന്ന്,
എനിക്കായ് ഞാനൊന്ന്
നിശ്വസിച്ചോട്ടെ...

വായിക്കാൻ നൂറാവർത്തി
മോഹിച്ച പുസ്തകം
ശാന്തമായിരുന്നൊന്ന്
താളുകൾ മറിക്കട്ടെ...

ഇനിയും കാണാത്ത
മോഹസ്ഥലികളിൽ
ഉള്ളു നിറഞ്ഞൊരു
യാത്ര പോകട്ടെ...

ഹൃദയമുലയ്ക്കുന്ന വാക്കുകൾ
ചേർത്തെന്റെ താളുകൾ മുഴുവനും
കവിത രചിക്കട്ടെ...

രാവിന്റെ ഉള്ളുലയ്ക്കുന്ന
സൗന്ദര്യം കണ്ടു തെല്ലു നേരമിരിക്കട്ടെ.

ഒടുവിൽ കിനാവില്ലാ യാമത്തിൽ
നിദ്ര തീരുവോളമൊന്നുറങ്ങി -
ത്തെളിയട്ടെ...

ജീവിതം

വരച്ചു തീരാത്ത ചിത്രം
എഴുതിത്തീരാത്ത കവിത
പറഞ്ഞു തീരാത്ത കഥ
നടന്നു തീരാത്ത വഴി

ജീവിതം
അപൂർണ്ണതകളുടെ
ഒഴുകിത്തീരാത്ത നദി.